AF518600

INSIGHT PUBLICA®

INSIGHT PUBLICA ®
Nadakkave, Kozhikode, Kerala
Tel:0495-4020666
Nilavine Snehichaval
(Malayalam Poems)
Limcy Antony
First Edition : March 2016

ISBN 978-93-85899-07-2
Printed and Published by
InsightinPublica Printers & Publishers Pvt Ltd.

നിലാവിനെ സ്നേഹിച്ചവൾ

ലിംസി ആന്റണി

INSIGHT PUBLICA

സമർപ്പണം

സുന്ദരമായ ഈ ഭൂമിയിൽ
എന്റെ ജനനത്തിന്റെ ഭാരം പേറിയ എന്റെ അമ്മയ്ക്കും....
ഞാനെന്ന മരുമകളെ മകളാക്കി
ഒരു സുന്ദരഭവനത്തെ വാർത്തെടുത്തുകൊണ്ടിരിക്കുന്ന
ഭർത്തൃമാതാവിനും....
അമ്മയെന്ന വികാരം എന്നിലുണർത്താൻ വേണ്ടി മാത്രം
ഈ ഭൂമിയിൽ പിറന്നുവീണ എന്റെ മകൾ മിഷേലിനും....

1983 ഓക്ടോബറിൽ ജനനം. ശ്രീ. പി.സി ആന്റണിയുടെയും ശ്രീമതി എൽസിയുടെയും ഏഴുമക്കളിൽ ഇളയവൾ. അണ്ണാമലൈ യൂണിവേഴ്സിറ്റിയിൽ നിന്നും ഇംഗ്ലീഷ് സാഹിത്യത്തിലും ചരിത്രത്തിലും ബിരുദാനന്തരബിരുദവും ഇഗ്നോ യൂണിവേഴ്സിറ്റിയുടെ ബി.എഡും കരസ്ഥമാക്കിയിട്ടുണ്ട്. മാനന്തവാടി ലിറ്റിൽ ഫ്ളവർ ഇംഗ്ലീഷ്മീഡിയം സ്കൂളിലും, കണ്ണൂർ ബർണശ്ശേരി സെന്റ് തേരേസാസ് ആംഗ്ലോ ഇന്ത്യൻ ഹയർസെക്കന്ററി സ്കൂളിലും അധ്യാപകയായി സേവനമനുഷ്ഠിച്ചിട്ടുണ്ട്. ഇപ്പോൾ കോഴിക്കോട് പ്രശസ്തമായ സെന്റ് ജോസഫ് ആംഗ്ലോ ഇന്ത്യൻ ഗേൾസ് ഹയർസെക്കന്ററി സ്കൂളിൽ അധ്യാപികയാണ്. ഭാരത് സ്കൗട്ട് ആന്റ് ഗൈഡ്സിന്റെ രാഷ്ട്രപതി പുരസ്കാരത്തിനുടമ. 2010 ലും 2012 ലുമായി മലയാള മനോരമ സംഘടിപ്പിച്ച ''വഴിക്കണ്ണ്'' സംരംഭത്തിന്റെയും, നല്ലപാഠം സംരംഭത്തിന്റെയും ഏറ്റവും മികച്ച കോർഡിനേറ്റർക്ക് ഉള്ള അവാർഡ് ലഭിച്ചു. കവിതാ രചനയ്ക്കൊപ്പം കഥാരചനയിലും നാടകരചനയിലും താത്പര്യം. ഭർത്താവ്, അധ്യാപകനായ ജിയോ ജയ്സൺ, മകൾ മൂന്നുവയസ്സുകാരി മിഷേൽ ജയ്സൺ. വിജിൽ ബുക്ക്സ് പ്രസിദ്ധീകരിച്ച ''കാലത്തിന്റെ കളിപ്പാട്ടങ്ങളാണ്'' ആദ്യ കവിതാസമാഹാരം. AKSTU സംസ്ഥാന തലത്തിൽ നടത്തിയ കവിതാ മത്സരത്തിൽ ഒന്നാം സ്ഥാനത്തിനർഹയായി. കലാദർശൻ സാംസ്കാരിക വേദി നടത്തിയ നാടകരചനാ മത്സരത്തിലെ വിജയി.

ലിംസി ആന്റണി

ഉള്ളടക്കം

കവിതയുടെ അധരസിന്ദൂരം

നാലപ്പാടം പത്മനാഭൻ

കവിത ഇന്ന് ബഹുസ്വരൂപമാണ്. ഓരോ വ്യക്തിയുടേയും സ്വരൂപം അയാളുടെ വ്യക്തിത്വം തിരിച്ചറിയാൻ സഹായിക്കുന്നു. നീണ്ടുമെലിഞ്ഞ, തടിച്ച് കുറുകിയ, വെളുത്തു മെലിഞ്ഞ, ചുവന്നു തുടുത്ത തുടങ്ങിയ രൂപങ്ങളിൽ പ്രത്യക്ഷപ്പെടുന്നുണ്ടെങ്കിലും മനുഷ്യരുടെ അവയവലക്ഷണങ്ങൾ ഒത്തു ചേരുന്നുണ്ടെങ്കിൽ അവർ മനുഷ്യർതന്നെ. കവിതയ്ക്കും ഇത്തരം അവയവലക്ഷണങ്ങൾ ഉണ്ട്. അടിസ്ഥാനപരമായി കവിതയാണോ എന്നേ നോക്കേണ്ടതുള്ളൂ. അല്ലാതെ ഇന്ന രൂപത്തിലുള്ളതു മാത്രമേ കവിതയാകൂ എന്ന് ശാഠ്യം പിടിക്കേണ്ടതില്ല.

കവിതയുടെ ഈ പുതുവസന്തകാലത്താണ് ലിംസി ആന്റണി തന്റെ കവിതകളുമായി കടന്നുവരുന്നത്. ലിംസി ആന്റണിയുടെ രണ്ടാമത്തെ കവിതാ സമാഹാരമാണിത്. സ്ത്രീയുടെ സ്വത്വാവിഷ്കാരത്തിന്റെ പ്രതീകമായി ഈ കവിതകൾ നിലകൊള്ളുന്നു. കവിതയ്ക്ക് ഇന്നതേ വിഷയമാകാവൂ എന്നില്ല. കവിതയിൽ എല്ലാം അനുവദിക്കപ്പെട്ടിരിക്കുന്നു. അതുകൊണ്ടാണ് മഴയും വേനലും പുഴയും മാത്രമല്ല ആൾത്തുളയും ഈ എഴുത്തുകാരിക്ക് വിഷയമാകുന്നത്.

ലിംസി ആന്റണി അധ്യാപികയായ എഴുത്തുകാരിയാണ്. താൻ പഠിപ്പിക്കുന്ന കുട്ടികൾക്കും തന്റെ കവിത മനസ്സിലാകണം എന്നൊരു ലാളിത്യ ബോധം ഈ കവിതകൾക്കുണ്ട്. മാത്രമല്ല കുഞ്ഞുങ്ങളുടെ മനസ്സുപോലെ നിഷ്കളങ്കമാണത്. ഈ ലാളിത്യത്തിന്റെ നിഷ്കളങ്കതയാണ്, ലിംസി ആന്റണിയുടെ കവിതകളുടെ സൗന്ദര്യം.

''ഇവൾ പെണ്ണാണ്
നിലാവിനെ സ്നേഹിച്ചവൾ
ഇവളെ കാത്തുകൊൾക!''

സ്ത്രീയുടെ സമസ്തഭാവങ്ങളേയും ഈ വരികളിലേക്ക് ആവാഹിക്കുവാൻ ലിംസി ആന്റണിക്ക് സാധിക്കുന്നുണ്ട്. ഇതിഹാസകാലം മുതൽ വർത്തമാനകാലംവരെയുള്ള സ്ത്രീകളുടെ ചരിത്രം ഇതൾ വിരിയുന്നുമുണ്ട്. നിലാവിനെ സ്നേഹിച്ചവൾ എന്ന കവിതയിൽ അവൾ നിലാവിനെ സ്നേഹിക്കുകമാത്രമല്ല നിലാവിൽ അലിഞ്ഞു ചേരുന്നുമുണ്ട്. അവൾ നിലാവുതന്നെയാകുന്നു. ഈ ഒരു പരകായപ്രവേശം കവിതയിലൂടെ സാധിക്കുന്നതുകൊണ്ടാണ് ഈ കവിത വായനക്കാർക്കും അനുഭവവേദ്യമാകുന്നത്.

'മഴപ്പെയ്ത്ത്' എന്ന കവിതയിൽ വാക്കുകൾ മഴയായി പെയ്യുന്നു. 'വേനലിൽ' വേനലിന്റെ ആത്മപ്രകാശമാണ് വെളിവാക്കുന്നത്. 'കളിപ്പാട്ടം' നാളെ നമ്മളും കാലത്തിന്റെ കളിപ്പാട്ടമായി മാറ്റപ്പെടാം. എന്നൊരു വിഹ്വലതയാണ് പങ്കുവെക്കുന്നത്. 'ഗർഭഗൃഹം' എന്ന വാക്കിന് ഗർഭത്തിന്റെ ഗൃഹം എന്ന പുതിയൊരു മാനം തന്നെ കണ്ടെത്തുന്നുണ്ട് ഈ എഴുത്തുകാരി.

''അമ്മയെന്നാലരകല്ല്

അമ്മയെന്നാലമ്മിഞ്ഞക്കല്ല്'' എന്ന കുഞ്ഞുണ്ണിമാഷിന്റെ കവിത പോലെ അമ്മ ഗർഭഗൃഹമാകുന്നു. അമ്മ അഭയവും ആഹാരവുമാകുന്നു. തന്നെത്തന്നെ തീറ്റികൊടുത്ത് മക്കളെ പോറ്റിയെടുക്കുന്ന അമ്മയുടെ മഹത്തായ വാത്സല്യത്തിന്റെ കെടാവിളക്കാണ് ഈ കവിത.

'സ്നേഹത്തിൻ ഭാഷയെന്ത്?'' എന്ന് അന്വേഷിക്കുന്ന എഴുത്തുകാരി സ്നേഹത്തിന്റെ ഗോവണിപ്പടികൾ കയറുവാൻ ആഗ്രഹിക്കുന്നവളാണ്. ചിലപ്പോൾ ആ ഗോവണിപ്പടിമേൽ നിന്നു കാലിടറി വീണിടാം എന്നറിഞ്ഞിട്ടും അവൾ നിർഭയം ഗോവണി കയറുന്നു.

''ആയിരിമുരുനിൽ ചിറകുകരിഞ്ഞു.
പതിച്ചാലെന്തേ വീണ്ടും വീണ്ടും
ഹേ, വരിവണ്ടേ നീയാ കത്തും
തീയോടനുരാഗത്തിൽ'' എന്ന സുഗതകുമാരിക്കവിതയിലെ സ്നേഹസമർപ്പണം ഈ കവിതയിലുമുണ്ട്. അതുകൊണ്ടാണ് 'പ്രണയമൊരു തീനാളം' എന്ന് ഈ എഴുത്തുകാരി തിരിച്ചറിയുന്നത്. പ്രണയത്തെക്കുറിച്ച് പാടുമ്പോൾ എഴുത്തുകാരി ഒരു മാലാഖയാകുന്നു.

നീ മലരായാൽ
ഞാൻ വണ്ടാകും
നീ വെൺമേഘത്തിലെത്തിയാൽ
ഞാൻ പറന്നെത്താം.

എന്ന് ''നീയും ഞാനും'' എന്ന കവിതയിൽ കുറിച്ചുവെക്കുമ്പോൾ എഴുത്തുകാരിക്കും ചിറകുമുളയ്ക്കുന്നു.

''ഉയരുവാനാശ
മനസ്സിൽ!
താഴ്ന്നു പോവുന്നു
ദേഹം''

എങ്കിലും ആശകൾ ലക്ഷ്യമില്ലാതെ ചുറ്റിത്തിരിയുന്നു. ആശ്വാസ വാക്കുകൾ തേടുന്നു. ഒടുവിൽ തന്നെ ഉൾക്കൊള്ളുന്ന സമാന ഹൃദയത്തിൽ അഭയം പ്രാപിക്കുന്നു.

'കർഷക ആത്മഹത്യ', 'മാൻഹോൾ ദുരന്തം', 'ഡൽഹിയിലെ ബലാത്സംഗക്കേസിലെ പ്രതിക്ക് പ്രായപൂർത്തിയാകാത്തതിനാൽ നൽകിയ ശിക്ഷ ഇളവ്', 'ടി.പി. ചന്ദ്രശേഖരൻ വധം', 'എച്ചിൽക്കൂനയിൽ ഭക്ഷണം തിരയുന്ന കുട്ടികൾ' തുടങ്ങി വർത്തമാനകാലത്തിന്റെ നേർചിത്രങ്ങൾ കവിതകളിലേക്ക് ആവാഹിക്കുവാൻ ലിംസി ആന്റണിക്ക് സാധിക്കുന്നുണ്ട്. സമൂഹത്തിന്റെ നേർക്ക് പിടിച്ച കണ്ണാടികളാണ്, ഈ കവിതകൾ.

ജീവിതത്തിന്റെ മടുപ്പിക്കുന്ന യാഥാർത്ഥ്യങ്ങളിൽ നിന്നും നിലാവിന്റെ കാൽപനിക ലോകത്തേക്ക് പറന്നുയരാൻ തുടിക്കുന്ന ഒരു ഹൃദയത്തിന്റെ ഉടമയാണ് ഈ എഴുത്തുകാരി. നിലാവിന്റെ ജലം കോരിക്കുടിക്കുവാൻ സാധിക്കുന്ന കവിതയുടെ ലോകത്ത് ശക്തിയും സൗന്ദര്യവും തികഞ്ഞ ഒരു തന്റേടം ലിംസി ആന്റണി കണ്ടെത്തിയിരിക്കുന്നു. തൂവിപ്പോയ ഓർമ്മച്ചെപ്പിലെ സിന്ദുരരേഖകളാണ് ഈ കവിതകൾ. അത് കവിതയുടെ അധര സിന്ദൂരമായി ആസ്വാദകരെ ആകർഷിക്കുന്നു. 'നിലാവിനെ സ്നേഹിച്ചവളെ' വായനക്കാരുടെ മുന്നിലേക്ക് സസന്തോഷം കൈ പിടിച്ചാനയിക്കുന്നു.

'ഇവളെ കാത്തുകൊള്ളുക.'

സ്നേഹപൂർവ്വം

നാലപ്പാടം പത്മനാഭൻ

''ജീവിച്ചു തീർക്കുന്ന ജീവിതത്തിൽ ബാക്കി വയ്ക്കാൻ നമ്മുടേതായി എന്തെങ്കിലും അടയാളങ്ങൾ കോറിയിടണം.'' എന്നെവിടെയോ വായിച്ചുമറന്നതോർമ്മിച്ചുകൊണ്ട് എന്റെ രണ്ടാമത്തെ കവിതാസമാഹാരം നിലാവിനെ സ്നേഹിച്ചവൾ സഹൃദയർക്കായി നൽക്കുന്നു. ഇനിയും എഴുതിത്തെളിയാനുള്ള ഒരു പാട് ഏടുകൾ ഇതിലുണ്ട്... എങ്കിലും പ്രതീക്ഷയോടെ വായനക്കാർക്ക്.....

ഈ പുസ്തകത്തിന്റെ പ്രസിദ്ധീകരണത്തിന് എല്ലാവിധ സഹായവും നൽകി, ആദ്യാവസാനം ഞങ്ങളൊടൊപ്പമുണ്ടായിരുന്ന കവി ശ്രീ നാലപ്പാടം പത്മനാഭനേയും ഹൃദയപൂർവ്വം സ്മരിച്ചുകൊണ്ട് 'നിലാവിനെ സ്നേഹിച്ചവൾ' ഏവർക്കുമായി സമർപ്പിക്കുന്നു.

ലിംസി ആന്റണി

നിലാവിനെ സ്നേഹിച്ചവൾ

ഇവൾ പെണ്ണാണ്!
നിലാവിനെ സ്നേഹിച്ചവൾ
ഇവളെ കാത്തുകൊൾക!

ഇവൾ പെണ്ണാണ്
നിലാവിനെ അറിഞ്ഞവൾ
സ്വയമൊടുങ്ങാൻ
മെഴുതിരിയായവൾ...

ജനനം നൽകുന്നിവൾ
ഭൂമിതൻ ജനനിയത്രെ!
മനുഷ്യവംശം പിറന്നതീ-
യുദരത്തിലത്രെ!

ഇവൾ പെണ്ണാണ്!
നിലാവിനെ സ്നേഹിച്ചവൾ
ഇവളെ കാത്തുകൊൾക!

ഇന്നു നിലാവിൽ
കുളിർ തണൽ പന്തലിൽ
വന്നുമഞ്ഞക്കിളി-
പ്പെണ്ണുചേക്കേറുവാൻ

കവിതയായ് പെയ്തിവൾ
കനിവിൽ കിടാത്തിയായ്,
നിറമുള്ള സ്വപ്നങ്ങളി-
ലരയന്റെ തോഴിയായ്
ഇവൾ പെണ്ണാണ്!

നിലാവിനെ സ്നേഹിച്ചവൾ
ഇവളെ കാത്തുകൊൾക!

പാഞ്ചാലി, സാവിത്രി
സീത, ശകുന്തള-
യിത്യാദി ധീരവനിതകൾ
നിലാവിന്റെ പെൺമക്കൾ.
ഇവൾ പ്രതിഭയാണ്
പ്രഥമ വനിതയാണ്
നീതിപീഠമാണ്
പൊരുളറിഞ്ഞീടേണ്ടവൾ

ഇവൾ പെണ്ണാണ്!
നിലാവിനെ സ്നേഹിച്ചവൾ
ഇവളെ കാത്തുകൊൾക!

ദീപശിഖയേറിയൊ-
രുഷപ്പെൺകൊടി
നിലാവിന്റെ തീര-
ത്തണഞ്ഞു വീണ്ടും.

'സാനിയ'യായവൾ
'അഞ്ജു'വായിന്നവൾ
സൈന നെഹ്വാളായ്
നിലാവിന്നമരത്ത്.

ഇവൾ പെണ്ണാണ്
നിലാവിനെ സ്നേഹിച്ചവൾ
ഇവളെ കാത്തുകൊൾക!

'അതിഥി' നീ വന്നു
ഏതൊരമ്മ തന്നതീ ക്രൂരത
അവളും പെണ്ണാണ്, ഓർക്കുക!
നിലാവിനെ സ്നേഹിച്ചവൾ

നിർഭയയാണവൾ
കൂരിരിട്ടിലും
കനൽവഴിയിലും
'ഡൽഹി' മധ്യത്തിലും

ഇവൾ പെണ്ണാണ്!
നിലാവിനെ സ്നേഹിച്ചവൾ
ഇവളെ കാത്തുകൊൾക.

സൗമ്യയാണവൾ- രുദ്രയും
കൊടും പീഢനത്തിൽ
ചോരപ്പുകച്ചുരുളി
ലിന്നീ... തീവണ്ടിയിൽ

നിലാവിൽ മണവാട്ടി
'കാഞ്ചന' പ്പെൺകൊടി
പടുത്തൊരീ ജീവിതം
വിരഹത്തിൻ വേളയിൽ.

ഇവൾ പെണ്ണാണ്!
നിലാവിനെ സ്നേഹിച്ചവൾ
ഇവളെ കാത്തുകൊൾക!

അന്ന് ജന്തർമന്ദറിൽ
മരത്തിൽ കൊരുത്തതും
നീലനിലാവിലലിഞ്ഞ
പെൺകുട്ടികൾ.

പിന്നെയും വന്നു
ദളിത്പെൺപൂവുകൾ.
ചുവന്ന തൊരുവോരം
ത്തിനിടയിലായൊരുവളും

ഇവൾ പെണ്ണാണ്!
നിലാവിനെ സ്നേഹിച്ചവൾ
ഇവളെ കാത്തുകൊൾക!

പെൺപ്രഭയോരോന്നും
നിറവായി തെളിവായി
നിന്നതീ ഭൂമിയിൽ.
ഒരു നേർത്ത ചിരിപോലെ

ഇവൾ പെണ്ണാണ്.
നിലാവിൽ ലയിച്ചവൾ,

നിലാവിന്റെ പുത്രിമാർ,
ഇവരെ കാത്തുകൊൾക.!

ഇവർ പെൺപടകൾ
നിലാവിനെ സ്നേഹിച്ചവർ
ഇവരെ കാത്തുകൊൾക!

●

പുതുവർഷം

പുലരിയടുത്തു
തിടുക്കം നടിച്ചു
മാലോകർ
ഒരു വേളയെങ്കിലും
പുത്തനുടുപ്പും
ഖദറും വാങ്ങി
വന്നൊരമ്മ
തന്നരയനുമൊത്ത്

ലഹരിതൻ
താരാട്ട് യുവത്വത്തിൻ
താണ്ഡവമാക്കി
വരവേറ്റതാണിന്നു സത്യം
പുതുമഴ
പെയ്യുമോ?
നിർനിമേഷയായ്
പ്രകൃതിയും....

ഒരുക്കം
തുടങ്ങിക്കഴിഞ്ഞു
വരവേറ്റതരങ്ങിനെ
വന്നു 'നിന്റെ മൊയ്തീൻ'
പിന്നെ അനാർക്കലി.

ഒടുക്കം
നാടകരാവുകൾ
നിറഞ്ഞു

കോഴിക്കോട്ടങ്ങാടി
ആരവമേന്തി
മിഠായിതെരുവ്

പ്രണയഭൂതികൾ
പുത്തനായ് മാറി
വാട്ട്സ് ആപ്പിൽ പിന്നെ
ഫെയ്സ് ബുക്കിൽ

ദിശമാറിയതറിയാതെ
നഗരങ്ങളാ
റാടിയിന്നുമാ-
പുലരിയെത്തേടി

പുഴപോയി
മഴ പോയി
നരപോയി
മനുഷ്യർക്കും

എങ്കിലുംമനാഥത്വം
നിലനിന്നു
തെരുവോരങ്ങളിൽ

ആരിതറിയുന്നു
പുതുപുലരിയെന്ന്
ആരിതറിയുന്നു
പുതുവർഷമെന്ന്

നാടോടി ബാല്യം
തേടിയിന്നലയുന്നു
തെരുവിലായ്
ഓരങ്ങളിൽ !

ഹൃദയം
പിളർന്ന
കാഴ്ചയായ്
വളർന്ന കൗമാരം
പുതുതായ് വന്നു
പുത്തനാം കൂട്ടുകാർ

അവർക്കെന്ത്
പുതുവർഷം
ഞങ്ങൾക്കെന്ത്
പുതുമോടി.

നാടോടികൾ ഞങ്ങൾ
തെരുവിന്റെ മക്കൾ
എന്നും പുതുവർഷം
എന്നും പുതരാവ്

മറക്കാതെ കേൾക്കുക
ഞങ്ങളെ-
യോർക്കുക
ജീവിതമെന്നത്
എന്തെന്നറിയില്ല
ജീവിച്ചു തീർക്കണം
എന്നെങ്കിലും.

ഒരു കൈ നിറച്ചുണ്ണാൻ
ഒരുറുള ചോറ്!
അതുതന്നെ സമ്മാനം
ഇപ്പുതുവർഷത്തിൽ

കഴിയുമോ
നിങ്ങളിലാർക്കെങ്കിലും
നൽകുവാനീചോറ്
വിശപ്പടക്കാൻ

നാടോടികൾ ഞങ്ങൾ
വിശപ്പറിയുന്നു
പറയാതെയറിയുമോ
ആരെങ്കിലും?

ആത്മവഞ്ചിതർ
മർത്ത്യരിൽ
എന്തിനായെത്തിയീ
പുത്തനാണ്ട്?

ഞങ്ങളുണ്ടിവിടെയീ

നാടോടികൾ
നടുവൊടിക്കാതിന്നു
പണിയെടുക്കാൻ

എങ്കിലും
ചോദ്യമിതല്ലയോ- ഈ
വർഷമിതുമാറ്റുമോ
ഞങ്ങളേയും?''

●

ഒരു തീവണ്ടിയാത്ര

വിജനമാം പാത തേടി തീവണ്ടി-
യുരുളുന്നതിരുളിന്റെ മറവിലും
ഞെട്ടിയുണരുന്നു ജീവജാലങ്ങൾ
പിളരുന്നു ഭൂവിഭാഗങ്ങളും....

മദിരാശി നഗരത്തിലേക്കേകാന്ത യാത്ര
ദേശവും ഭാഷയും വെവ്വേറെയായ്
തിങ്ങി നിറഞ്ഞ കൂപ്പകൾക്കുള്ളിലും
ഗന്ധമസഹ്യം... ഒടുവിലായാമത്തിൽ.

അരണ്ട വെളിച്ചമെനിക്കു ചുറ്റും
താങ്ങായിനിന്നിതാ മേൽവിണ്ണ്
നക്ഷത്രക്കൂട്ടമൊരു വേള തോന്നിയാ-
മിന്നാമിനുങ്ങുകളെന്നെ പോലെ.

ചന്ദ്രനുദിച്ച രാത്രിയാമത്തിൽ
പാൽവെണ്ണിലാവൊളി പരന്നു
എന്നാലൊറ്റയായ് ഏകാന്തതാരകം
ഗതിവേഗം മുന്നോട്ടു പോയ്

കലഹവും ലഹളയും തെറിതൻ കശാപ്പും
ഭീകരസത്യമായ് മാറ്റിയാ രാത്രിയെ
അലയുന്ന തെരുവുമുറങ്ങാത്ത കൺകളും
ഉറ്റു നോക്കിയെൻ മുഖത്തും...

ലക്ഷ്യത്തിലേക്കുള്ളയിടനാഴിയിലിനി
യെത്രനേരം? ഇനിയെത്രദൂരം?
ഞാനുമെൻ ലക്ഷ്യത്തിലെത്തീടുമോ?
ഉരുളുന്ന തീവണ്ടിയെന്നപോലെ.

●

ആൾത്തുള

നേരമില്ലാതെയായ്
ചായകുടിക്കുവാൻ
ബാക്കിവച്ചയ്യോ!
പീടികത്തിണ്ണയിൽ

തളരാത്ത മനമേ!
നീയുറങ്ങാത്ത മണ്ണിത്!
ഉണങ്ങാത്ത നിനവേ
നീയറിയാതെ പോയിത്.

കേട്ടുവാ ശബ്ദമീ-
അന്തരീക്ഷത്തിലും
അറിഞ്ഞതീ മാനവൻ
മണ്ണിലെ നൗഷാദ്....

വേദനയായിന്നു
തീർന്നതീയാൾത്തുള
അപ്രതീക്ഷിതം
പറയാതെ വയ്യിത്!

ഓർക്കാതെ,
അറിയാതെ
പിടയുന്ന ജീവനെ
കാക്കാൻ തുനിഞ്ഞവൻ

നിമിഷങ്ങളടർന്നു
പിടഞ്ഞിതല്ലോ

ഒടുക്കമാൾത്തുളക്കുള്ളിൽ
ജാതിമതഭേദമില്ലാതെ

ആൾത്തുളയിന്നും
നിറഞ്ഞ പ്രതീകമായി
മനുഷ്യസ്നേഹത്തിൻ
അണയാത്തൊരടയാളം!

●

നിൻമുഖം

രാത്രിതൻ നിശബ്ദത
തളം കെട്ടി നിന്നു
ഉണ്ണാതുറങ്ങാതെ
ഏകയായ് ഞാനും

ആരുകേൾക്കാൻ?
മനസ്സിൽ വെമ്പൽ
ഞാനുമീ ഭൂമിതൻ
പുത്രിയല്ലോ?

ആരും മൊഴിഞ്ഞീല
ചിന്താവിഹീനയായ്
ഓർത്തേൻ വസന്തകാലം
ഓർമ്മിക്കുവാൻ മാത്രം....

തട്ടിയുണർത്തിയാരോ
ഓർമ്മച്ചിത്രമാം നിൻമുഖം
വേർപാടിലെന്തിനെന്നെ
ഉണർത്തുന്നതീ മുഖം?

●

ഗോവണി

സ്നേഹത്തിൻ ഭാഷയെന്ത്?
നിറമെന്ത്?
പൊരുളെന്ത്?
അറിയില്ലെനിക്ക്

ആഗ്രഹിച്ചെന്നെങ്കിലും
കയറുവാനായ്
സ്നേഹത്തിൻ
ഗോവണികൾ
അപശബ്ദങ്ങൾ തുടർന്നു
പരക്കം പാച്ചിലിൽ
എങ്കിലും തുടർന്നു
പടികളൊക്കെയും

എത്തി ഞാൻ മധ്യത്തിൻ
ഇനിയുമേറെത്തു-
ടരുവാൻ
വീഴ്ചകളേറെ കിടക്കുന്നു.

സ്നേഹമീ ഗോവണി-
ക്കൊരവസാനമില്ല
എത്തിടും ഞാനുതിന്നുന്നതിയി-
ലതെത്ര വിദൂരതയിലായെന്നാലും....

●

മോഹം

മോഹങ്ങൾ
ഒഴുകുന്നു
നദികളായ്
വൻ പുഴകളായ്

ഉയരുവാനാശ
മനസ്സിൽ.
താഴ്ന്നു പോവുന്നു
ദേഹം....

മഞ്ഞമന്ദാരങ്ങൾ പോ-
ലാശകൾ
ലക്ഷ്യമൊന്നില്ലാതെ
ചുറ്റിത്തിരിയുന്നു

കാലുറക്കുന്നില്ല;
കൈകളും.
തടയുന്നു
ചുവടുകളും.

ഉൾക്കൺ കോണിലെൻ
മോഹങ്ങൾ
കത്തിജ്വലിച്ചു
വ്യർത്ഥമായി.

●

ഞാനും നീയും

നീയൊരു മലരെങ്കിലാ-
കരിവണ്ടായ് ഞാനെത്താം
നീ കാർമേഘക്കടലാണെങ്കില-
തിലലയായ് തഴുകിച്ചിതറാം ഞാൻ

നീ മഴപോൽ പെയ്തിടുമെങ്കില-
തിൽ കുളിരായ് വിരുന്നെത്താം
പുഴയായ് നീയരികിലണഞ്ഞാ-
ലൊരു കാറ്റായ് കരയിലടിച്ചീടാം.

ഇരുളിൽ പാഠമതൊന്നു പറഞ്ഞാൽ
പകൽ നിലാവിലലിഞ്ഞീടാം
പിണങ്ങി നീവഴിപിരിഞ്ഞുമറഞ്ഞാ-
ലിണങ്ങിയ വഴിയേ വന്നീടാം

വിദൂരത, വിജനത പതിയെയടുത്താൽ
വഴിയായ് നിൽക്കാമൊരു നാളിൽ ഞാൻ
മരുഭൂതുടരും പാതയിലൊരുതെ-
ളിനീർ ചോലയ്ക്കുറവാകും ഞാൻ

ഒടുവിലിന്നെന്റെ ചിതയെരിഞ്ഞടങ്ങുമ്പോ-
ളതിൽ ചാരമാവണം നീ!
ഹൃത്തിലെ തേങ്ങലൊരു നേർത്ത
രോദനക്കടലാവണമിനിവരും നാൾ!

●

അഗ്നി

കത്തിയെരിയും ചുവപ്പുനാളം
ഒടുങ്ങാത്ത കോപാവേശമായ്
സംഘർഷങ്ങൾ തീനാളങ്ങളായ്
ജ്വാലയായ്. വെണ്ണീറായ്....

മരണമൊരു തീ ജ്വാല
പ്രണയമൊരു തീനാളം
രണ്ടുമൊന്നിച്ചാല-
തൊരഗ്നി ഗോളം...

നിനച്ചിരിക്കാത്ത നേരത്ത്
വന്നേക്കാമീ കൂട്ടുകാരൻ
കെടാവിളക്കായ്
ഒടുക്കത്തെ യാമത്തിലും

ഹോമകുണ്ഠത്തിൽ
പ്രധാനാഥിതിയായ്
സാക്ഷിയായ് തരുണിതൻ
താലിയെപോൽ.

തിരികൊളുത്തുന്നു-
തഗ്നിദേവൻ
മനുഷ്യചെയ്തികൾ
ഒരു പിടി ചാരമാക്കാൻ.

●

മുഖങ്ങൾ

നട്ടുച്ചവെയിലത്താ-
കാറ്റിന്റെ താരാട്ടാൽ
ഇറയത്തതിറങ്ങവേതിര-
ഞ്ഞെന്നെ ഇഷ്ടമാം കണ്ണുകൾ..

മയിലിന്റെയാടലും
കുയിലിന്റെ കൂകലും
ഇലമർമ്മരങ്ങളും
തിരഞ്ഞതാ കൺകളെ

മുഖങ്ങൾ മറയുന്നു
പിന്നെയും തെളിയുന്നു
മനമോ തുടിക്കുന്നാ
സ്നേഹത്തിടമ്പിൽ

പുൽക്കൊടിത്തുമ്പിലാ
പൂവനിയിലും, നിൻ
പൂമ്പൊടിയിലും
ഞാൻ കണ്ടാമുഖങ്ങൾ!

പ്രകൃതി തൻ മുഖമതി-
വികൃതി നിറഞ്ഞവളൊ
രുകുഞ്ഞു പൈതലായ്
തത്തിക്കളിച്ചെൻ മുൻപിലൂടെ!

●

ഗർഭഗൃഹം

വാക്കുകൾ... വരികളാകുന്നു
വരികൾ.... വർണ്ണങ്ങൾ വിതറുന്നു
വിരിയുന്നു ഗർഭഗൃഹത്തിലും
ജീവന്റെ പുലരിത്തുടിപ്പുകൾ.

പൊൻനാളവെട്ടങ്ങൾ
വന്നതീ ജീവിതപ്പാതയിൽ
മാതൃത്വനിറവിന്റെ
പാതയോരങ്ങളിൽ
നിന്നുപോയ്- ഞാനെന്നെ
മറന്നുപോയി.

നിറവാർന്ന
നിർവൃതിയോടെ
മോഹിച്ചു പോയമ്മ
കൺമണീ നിന്നെ
എത്തുകെൻ ചാരത്ത്
പാതിമറയാതെ
പൊൻ കതിർ തിങ്കളേ!

കാത്തിരിക്കുന്നു
അച്ഛനു മുറ്റോരും
ഒക്കത്തെടുക്കാൻ
വെമ്പലായ് കുഞ്ഞേച്ചിമാരും

രഹസ്യമോടോതുന്നു നിന്നമ്മ
പരസ്യമാക്കീടണം നിൻ ജനനം

വേദനയാനന്ദമുണ്ണീ
ഭൂമിയിൽ നിൻ മുഖം
കാണുമെങ്കിൽ..

വാർത്തെടുക്കും നിൻ സ്രഷ്ടാവ്
അമ്മതന്നുദരത്തിൽ ഉരുവായിടും
കൈതാങ്ങു മായെത്തിയീശൻ
പാതിവഴിയിലുപേക്ഷിക്കില്ല, കുഞ്ഞേ!

പത്തരമാറ്റുമായീദിനം
വിരിയട്ടെ കണ്ണേ നിനക്കായി
കാത്തിരിക്കുന്നു നിന്നെ നിന്റമ്മ
കാണുവാനായെന്റെ പൊന്നോമലേ!

●

കളിപ്പാട്ടങ്ങൾ

കാലങ്ങൾ മായുമ്പോൾ
കളിപ്പാട്ടങ്ങളും മായുന്നു.....
അകലുന്നു കാലവും
തിരികെയെടുക്കാതെയാ കളിപ്പാട്ടങ്ങളെ.

ഇന്നീയുഗത്തിൽ
ഞാൻ കണ്ടു
പുത്തൻ കളിപ്പാട്ടങ്ങൾ.
വന്നല്ലോ,
'കുഞ്ഞൻ ഫോൺ'
ഒതുങ്ങുമീ
പിഞ്ചു കൈകളിൽ.....

പഴമതൻ
ഓലപ്പന്തും,
പീപ്പിയും,
നിറമാറ്റമായ്
വന്നെത്തി
സൈക്കിളിൽ,
വാക്കറിൽ,
ഒടുക്കമീ
ഇന്റർനെറ്റിൽ.

അടിമയാവല്ലെ
ഈ പുതിയുഗത്തിൻ
അറിയാതെയെങ്കിലും
ഒടുക്കത്തേതായി.

സൂക്ഷിച്ചുകൊൾക
ഒരു പക്ഷേ- നിങ്ങളും
മാറ്റപ്പെടാം
നാളെ
കാലത്തിൻ
കളിപ്പാട്ടമായ്....

●

പുഴയും ഒഴുക്കും

പുഴയായി..
പുഴയിലൊഴുക്കായി
നീ വന്നുനിന്നു.
ദിശമാറി..
നീരരുവിയായ്....
ഞാനുമൊടുക്കം
പുഴയിലേക്കൊരു
മടക്കമായ്

ഓളങ്ങൾ
ഞാനൊരോർമ്മയാക്കി.
തീരങ്ങൾ
തഴുകിക്കടന്നുപോയി

കൈവഴികളായ്
അരുവികൾ
വന്നുചേർന്നു
പുഴയും
ഒഴുക്കും...
വെറും
ഓർമ്മയായി.

●

പെഷവാർ

ബാല്യമിരുളുന്നു...
പുകയുന്നു....
തിരയുന്നു.....
ഒടുങ്ങുന്നു...
പെഷവാറിൽ......

ദുരിതഭൂമി
ഇതിലൊഴുകുന്നു
പുഴപോലെ
നദിപോലെ
തിളയ്ക്കുന്നു...
കറുത്ത രക്തങ്ങൾ

വിതയ്ക്കുന്ന
ദുഃഖത്തിൽ
തോതറിയുവാൻ
ആഴമറിയുവാൻ
തേങ്ങലറിയുവാൻ
നഷ്ടമറിയുവാൻ
ഒരു നോക്കു കാണണം
പെഷവാറിൻ
ദുഃഖവും....

●

വേനൽ

ഞാൻ വേനൽ
നിൻ കിനാവിൽ വന്നിടാത്തവൾ
നിലാവിൽ മുങ്ങി നീരാടാത്തവൾ
മഴതീർത്തുള്ളിയായ് പെയ്തിടാത്തവൾ
തെളിനീർ ചോലെ വരവേറ്റിടാത്തവൾ
ഞാനാണു വേനൽ!

വളരുന്ന കണ്ഠത്തിനാശ്വാസമേകാൻ
വറ്റുന്ന പുഴകൾക്കൊരത്താണിയാകാൻ
കഴിയില്ലെനിക്കെന്നൊരദ്ധ്യാപാഠ-
മെഴുതട്ടെ നിങ്ങൾക്കു മുൻപിലീ ഞാൻ
ഞാനാണു വേനൽ!

മറയുന്ന കാലചക്രങ്ങളും- അതിൽ
തേരിലോടുന്നതാം ഭൂവിഭാഗങ്ങളും
അറിയാനിരിക്കുന്നതെന്നെ കുറിച്ച്
വരൾച്ച, വരച്ചൊരാ പഴങ്കഥക്കൂട്ടിൽ
ഞാനാണു വേനൽ!

ഭൂമിക്കൊരാവരണമായതോസോൺ
ആഗോളതാപനമതിനെത്തകർത്തു
പിന്നെ- മഴയെത്തടുത്തും തകർത്തും
ഞാനെന്നഹംഭാവി വാണിരുന്നു
ഞാനാണു വേനൽ!

ഇരുളുന്ന മനസ്സിലെ പുകയുന്നൊരഗ്നിയായ്
വളരുന്ന മണ്ണിലെ തെളിയുന്ന ഭസ്മമായ്

എത്തി ഞാനിന്നിതാ കുംഭമാസത്തിൽ
ചേർത്തി ഞാനെല്ലാമെരിച്ചു കളഞ്ഞഹോ!
ഞാനാണു വേനൽ!

വറ്റിവരണ്ടതാം നീർത്തടാകങ്ങളും
ഉണങ്ങിക്കരിഞ്ഞതാം പുൽക്കൊടിക്കൂട്ടവും
പൊട്ടിയ വക്കുമായ് വരണ്ട മൺ പാത്രവും
തെളിവായി നിന്നതെനിക്കുമുൻപിൻ
ഞാനാണു വേനൽ!

ആഗ്രഹമുണ്ടെനിക്കെങ്കിലുമെന്നാലും
രക്ഷപ്പെടില്ല ഞാൻ നിങ്ങളെ വിട്ടെങ്ങും
ഭൂമിയും നിദ്രാവിഹീനരായ് നിങ്ങളും
തുടരും ഇനിയുള്ള കാലം വരേയ്ക്കും.
ഞാനാണു വേനൽ!

നിറമുള്ള ഭൂവിഭാഗങ്ങളിന്നൊറ്റയ്ക്കി-
രുളുന്നു-കരയുന്നതെന്റെ മുൻപിൽ
തളിർക്കുന്ന പൂമരച്ചില്ലകളും
പിന്നെ ഞാനുണക്കുന്നതീ പൊയ്കകളും
ഞാനാണു വേനൽ!

വരണ്ട നിലത്തിന് നീർചോലയേകിടാൻ
ആഗ്രഹമുണ്ടെനിക്കെങ്കിലും,
ആഗ്രഹം, ആഗ്രഹം മാത്രമായ് ശേഷിച്ചിരിക്കെ
പൂർത്തീകരിക്കും ഞാനെന്നെങ്കിലും
ഞാനാണു വേനൽ!

മരുഭൂമിയാകുമെന്നീ ഹൃദയമണ്ഡലം
വേനലിൽ വേദനയാരിതോർക്കും?
സങ്കൽപലോകത്തിലെന്നെങ്കിലും ഞാൻ
പെയ്തിടട്ടെ നീർത്തുള്ളിപോലെ....
ഞാനാണു വേനൽ!

●

മഴപ്പെയ്ത്ത്

പ്രഭാതത്തിൽ -ഞാൻ
പാതിയായ്...
പതിരായ്...
പകുത്തൊരെൻ ജീവിതം

ഇഴചേർന്ന
രാത്രികൾ, പകലുകൾ
നുഴഞ്ഞിഴഞ്ഞ്
പ്രകൃതിയും....

വേനൽ കുളിരിൽ
തിളങ്ങുന്നു.....
വിളങ്ങുന്നു.....
ഒതുങ്ങുന്നു... പിന്നെ
പതുങ്ങുന്നു
ജലജീവിതം....

ശിശിരം വിളിച്ചു
ഹേമന്തമെത്തി...
വസന്തം....
വിടവാങ്ങി....
പിന്നെയും വന്നു
വേനൽ....

നീർത്തുള്ളി നീ
വന്നു....
നിന്നു....
പടുത്തു
ജലജീവിതം....

തുളുമ്പിത്തുളുമ്പി
വന്നു നീ...
മൺകുടത്തിൽ.
പ്രണയിതാവായി...
പ്രളയമായ്.....
തെറ്റിയ താളവും
പേറി നീ
വന്നു.....നിന്നു

ശൂന്യമായ്
രാമന്റെ ജീവിതം.
മുല്ലപ്പെരിയാറിന്റെ
ഓളങ്ങളിൽ
ഓർക്കണം!
ടിഗ്രയെ[1]....
ഓസ്റ്റിനെ [2]...
തുടർക്കഥ വേണ്ടിനി.

വന്നു മൺസൂൺ
തെക്കുനിന്ന്- പിന്നെ
പടിഞ്ഞാറു നിന്നും.
വടക്കും വെടക്കായിടും
കിഴക്കും....
ഇന്നീ തുലാം മാസത്തിൽ....

നവരസാനുഭൂതിയിൽ
നിറയണം നീർമഴേ
ശാന്തയായ്
തെളിയണം.....
ഈ മണ്ണിലൊറ്റയ്ക്ക്

മൃദുവായ് പൊഴിയണം
വിണ്ണിന്റെ നനവുകൾ
കാക്കുക....
തളരാതെ...
ഭൂമിമാതാവിനെ!

●

1 ടിഗ്ര, 2. ഓസ്റ്റിൻ എന്നിവ അണക്കെട്ടുകളെ സൂചിപ്പിക്കുന്നു.

പ്രായം

തെളിവോതി
നിൻമുഖം
നീ.... കുറ്റവാളിയെന്ന്

പീഡനക്കേസിൽ
മോഷണക്കേസിൽ
പലവിധം പൊതുജനം
പഴിചാർത്തിയിന്ന്

പ്രായമില്ലെന്ന്,
വരുത്തിയാകോടതി.
വെറുതെയെന്നോതി.
ബാലനാമെന്ന്.

പൂർത്തീകരിച്ചെല്ലാം
പ്രായമില്ലെങ്കിലും
കോടതിക്കൂട്ടിൽ
പ്രായമായില്ലപോൽ.

കുറ്റവാളിക്കെന്തിന്
പ്രായവും ജാതിയും?
തെറ്റു ചെയ്താലവൻ
കുറ്റമുള്ളോൻ!

●

മലർവാടികൾ

നറുമലർ സൗഗന്ധമായ്
മലർവാടിയും പൂത്തുലഞ്ഞു
സന്ധ്യതൻ ചിരിയുമായ്
നീലവാനമൊരുങ്ങി

വിദ്യയാം വീണയിൽ
സ്വരതന്ത്രി മീട്ടിയങ്കണം
സ്നേഹമാം ഭാഷയിൽ
നേർന്നിതാശംസകൾ

മറഞ്ഞുപോയ വസന്തവും
കൊഴിഞ്ഞതാം നല്ലിലകളും
ഈ മലർവാടിയിൽ
ഋതുഭേദങ്ങളായ്, നറുവെട്ടമായ്

പ്രകൃതിയോടിഴചേർന്നും
സൂര്യപദങ്ങളിൽ
ചിരിതൂകിയാ സ്വപ്നങ്ങളിൽ
വിടർന്നുനിന്നീ താരകം.

അമ്മയെപ്പോൽ കരുതലും
കൂട്ടാളിയേപ്പോൽ സുഹൃത്തുമായ്
നിറയുന്നിതെല്ലാ മനസ്സിലും
നിറതിരിയിതിലും

സ്നേഹമെന്നും സത്യമായ്
ഈശനെന്നും പാതയായ്
ശ്രുതി പൊഴിക്കും മധുരമായ്
നിർമ്മലമാവട്ടെ ജീവിതം
പൊൻ തിരിയാവട്ടെ ജീവിതം.

●

ഡിസംബർ

ഓർമ്മിക്കാൻ
ഓമനിക്കാൻ
മഞ്ഞുതുള്ളിയേന്തി
വരവായ് ഡിസംബറും...

താലോലമാട്ടുവാൻ
ഉണ്ണിയെത്തന്നും
താരാട്ടുവാനുള്ള
പുൽമെത്തതന്നും
നിറവോടെ വന്നു
തെളിവായീ ഡിസംബർ.

നക്ഷത്രമൊന്ന്
വാനിലുദിച്ചു
ആട്ടിടയവൃന്ദം
വഴിതേടി വന്നു.
ജ്ഞാനികളെത്തി
കിഴക്കുനിന്നും
ഓർമ്മയായി
ഇന്നീ ഡിസംബറിൽ.

വിൽക്കുവാൻ വന്നു
നക്ഷത്ര വേദികൾ
സാന്റയും വന്നു
മുഖം മൂടികൾക്കുള്ളിൽ
പൂൽക്കൂടും
പുതിയൊരുണ്ണിയും

ഓർമ്മയായിന്നിൻ
ഡിസംബറിൽ.

കാലമേ.. നിൻ പ്രവാഹം
ഓർമ്മിക്കുമോ
ക്രിസ്തുമസ് രാവുകൾ?
ഒരിക്കൽ
ഓർക്കുവാൻ
ഡിസംബറുണ്ടാവുമോ?

●

കർഷക ആത്മഹത്യ

കണ്ടു ഞാൻ, പട്ടിണി
കെണിയായി വന്നുവോ!
ചിന്തിച്ചു കർഷകൻ
ഒടുക്കത്തെ ജീവിതം
സ്നേഹിച്ചു തീരാതെ.

കൈക്കുള്ളിൽ
ഒരു തുണ്ടു ഭൂമിയൊതുക്കുവാൻ
കുഞ്ഞുങ്ങൾക്കായൽപം
വിദ്യനൽകീടുവാൻ
വസുധയ്ക്കു നൽകിതൻ ജീവിതം.

ഒടുവിൽ വാർത്താമാധ്യമങ്ങൾ
പിന്നെ ബഹുജനമധ്യത്തിൽ
ഏറ്റെടുത്തവൻതൻ ദേഹം
ബന്ധുമിത്രാദികൾ.
ഉറ്റോരുടയോർ.

ബഹുഃജനം പലവിധം
പിഴചാർത്തി സർക്കാർ
സമരമായ്
ഹർത്താലായ്
പകച്ചുപോയ്
മറ്റൊരു കർഷകൻ.

സർക്കാരേറ്റെടുത്തു

“നഷ്ട പരിഹാരം”
വാക്കിലൊതുക്കി
പേരിലൊതുങ്ങി
ഒതുങ്ങിയില്ലാതെയായ്...

പിന്നെയും വയനാട്ടിൽ
കർഷക ആത്മഹത്യ
ഞെട്ടി ജനം. വിറച്ചയ്യോ!
തേങ്ങി സ്വന്തങ്ങൾ
ഉറ്റവർ, നാട്ടുകാർ.

സമരതുണിപ്പന്തൽ
പൊങ്ങി വന്നു

ദിക്കോട് ദിക്ക്
തുടർന്നിത്-
ഹർത്താലായ്....

വലയുന്നു
കർഷകനപ്പോഴും.
ചോദ്യമുയരുന്നു
നെഞ്ചിൽ നിന്നും
ഞാനാകുമോ
ഇതിന്നടുത്ത ഇര?

ഭാവനയല്ലിത്
യാഥാർത്ഥ്യമിത്തിരി
യായല്ലൊരു പാട്.
ആരിതറിയുന്നു?
മരണമാമോഹം
ക്ഷണിച്ചതീ
കർഷകൻ
മാത്രമെന്ന്?

●

വിശപ്പിന്റെ ബാല്യം

ബാല്യമിന്നറിയും
വിശപ്പിന്റെയുൾവിളി
മിച്ചയാഹാരപ്പുറമ്പിലി-
ന്നുച്ചയ്ക്ക്...

കാക്കകൾ,
ശ്വാനൻമാർ,
തിരയുന്നു ചുറ്റിലും
എന്തിനായേതിനായ്
മിച്ചഭൂവിൽ

മാറുന്നു ചക്രങ്ങൾ
മറയുന്ന കാലവും
പിന്നെയും മുഴറുന്നു
വിശപ്പിന്റെ രോദനം...

കാണുന്നതസ്ഥികൾ
തോൽപുറത്തിന്നുമേ..
വിങ്ങിയാ ബാല്യം.
ചപ്പുകൾക്കുള്ളിൽ...

മൃതിയും ജനനവും
കാണുന്നാ ഭൂമിയിൽ
തേങ്ങുമീ ബാല്യം
വിശപ്പിലിന്ന്.

ഊട്ടുവാൻ നല്ല സദ്യവേണ്ട
ഹോട്ടലും നാടിതും വേണ്ടേ വേണ്ട..
ഓർക്കുവാനാ-
രെങ്കിലും വന്നിടട്ടെ
ബാല്യത്തിനൊന്നീ വിശപ്പ് നീക്കാൻ.

●

നിള

മോഹന ഹംസങ്ങൾ നീന്തുമീ രാവിൽ
രാവിന്റെ കണ്ണുമായ് നോക്കുന്നിതാരെ?
നിളാനദിയുടെ കൊഞ്ചൽ കേൾക്കാൻ
നോക്കുന്നിതാരെ.... നോക്കുന്നിതാരെ?

തേങ്ങി ഞാനിന്ന് നിളയുടെ ആഴത്തിൽ
നിഴലായ് എന്നെ നീ പിന്തുടർന്നു....
ഒരു വേള പോലും നീ പിരിയാതിരുന്നെങ്കിൽ
നിറവോടെ ഞാനിന്ന് ആശിച്ചുപോയ്

ആമ്പലോ സൗരഭ്യം പകർന്ന് പടർന്നപ്പോൾ
നിളയൊന്നെനിക്കായി പുഞ്ചിരിച്ചു
തെളിഞ്ഞും മറഞ്ഞും നീ ഒളിച്ചും കളിച്ചും നീ
എനിക്കായിയെൻ ബാല്യം ഒരുക്കിവച്ചു.....

●

മുറിവ്

പറയാതെവയ്യ
ഇതൊരു മുറിവ്!
ആഴത്തിലാഞ്ഞെത്തി
ശേഷിപ്പതിപ്പോഴും!....

ടി.പി യെ ത്തേടിയാ
അൻപത്തൊന്നെത്തി
പുറമേരിക്കതൊരു
മുറിവായി.

ബലിയാടുകളായ്
പിന്നെ ചിലർ
ശേഷിച്ചു പിന്നെയും
പല മുറിവുകൾ!

ഹിന്ദുവായ്,
മുസൽമാനായ്.
ക്രിസ്ത്യാനിയായ്
വർദ്ധിച്ചുതെത്രയോ മുറിവുകൾ.

ജാതിപോർ
തീർന്നപ്പോ-
ഴതു മൃഗത്തെതേടി
വന്നു നിന്നേതോ മുറിവായ്

പറയട്ടെ, ഞാൻ
എന്തിനീ മുറിവുകൾ
പകർത്തി പടർത്തി
നശിക്കുന്നു ലോകം?

●

സാക്ഷി

നേരം നന്നേ വെളുത്തു
പാതിയായ് പതിരായ്
മറഞ്ഞു സൂര്യനു-
മതിൻ പ്രകാശവും

തൊടിയിലന്നൊച്ചകേ-
ട്ടാകെവിവശനായ്. ഞാനൊ-
ന്നമ്പരപ്പോടെ വീക്ഷിച്ച-
താ വൃക്ഷത്തലപ്പുകൾ.

കാക്കകളലറിക്കരഞ്ഞ
താ, പറക്കുന്നു,....
തിരയുന്നവ പ്രിയമാ
യതെന്തിനെയോ..

കണ്ടതാ; പശുവിൻ തൊഴുത്തിൻ
പിടയുന്നു,
തളരുന്നു,
കുഞ്ഞു കാവതിക്കാക്ക.

കാക്കയെ കുഞ്ഞു
കൈകളിൽതാങ്ങി ഞാൻ
നീങ്ങിത്തുടങ്ങിയാ-
കോഴിക്കൂട്ടിൽ.

തടഞ്ഞമ്മ; പിടഞ്ഞ
മനസ്സുമായ്
കിടത്തല്ലേ കുഞ്ഞേ
നീ; അതിനെയാക്കൂട്ടിൽ

കിടത്തിയാകാവതിക്കാ-
ക്കയെ കൂട്ടിൻ മുകളിൽ
നിശ്ചലമായെൻ മനസ്സ്
ദയനീയമാ കാഴ്ചയിൽ

എൻ ശ്രദ്ധ വീണ്ടുമാ-
കാക്കയ്ക്കു നേരെ-
യപ്പൊഴും കലപില
കൂട്ടിയാ മറ്റു കാക്കകൾ.

കൈക്കുള്ളി ലൊതുങ്ങുമാ-
ച്ചെറു പാത്രത്തിലല്പ-
മായ് ജലം നൽകിയതിന്നാ-
ശ്വാസമായെനിക്കുമൊപ്പം.

പെട്ടെന്നാശ്വാസം നിലച്ച-
ലറിയടുത്തതാ കാക്കകൾ
ചലനമറ്റതാ കാവതിക്കാക്ക
പിടഞ്ഞില്ല കൺകളടച്ചുമില്ല.

ശ്വാസഗതി നേരെയാ-
യെനിക്കൊരാനന്ദനിർവൃതി വ
ന്നതെൻ കൈകൾ കൊണ്ടാണല്ലോ
തീർത്തതവസാന ദാഹമാ മിണ്ടാപ്രാണിയ്ക്ക്.

കിളച്ചുമുറ്റത്ത് മണ്ണിലായൊ-
രു കുഴിയുമുണ്ടാക്കി ഞാൻ.
മണ്ണു സ്പർശിച്ചതിന്റെ വാസം
മണ്ണുമായ് ചേർന്നെന്റെ കാവതിക്കാക്ക.

കാക്കകൾ തൻ മരവിച്ച നാദം
ലയിച്ചങ്ങനെ മനസ്സിന്നകത്ത്
ഓർത്തുഞാൻ മനുഷ്യരാശിക്കവസാനം....
മണ്ണാണതിൻ സാക്ഷിയൊടുക്കത്തിൽ!

●

മഞ്ഞ്

മഞ്ഞെന്നുമെൻ കൂട്ടുകാരിയി-
ന്നു കുളിരേകുന്നവൾ
വാനവീഥികൾ താണ്ടിവന്നെ-
ത്തിടുന്നൊരാശ്വാസമിന്നവൾ.

മാറുവാനില്ലൊരു വസ്ത്രമ-
വൾക്കു, മാറുന്ന സ്വഭാവമൊട്ടുമില്ല
തൻ വരവതിഗംഭീരമാക്കി-
ടുമെല്ലാ ഡിസംബർ തുടക്കത്തിലും.

വേദന; തെല്ലുമില്ലതിൻ ജോലിയിലാ-
യാതനയൊന്നുമില്ലൊട്ടു പരിഭവങ്ങളായ്
തൂവെൺമിച്ചിരിയുമേകിയവളെത്തി
ചിന്നിച്ചിതറുമെല്ലായിടത്തും.

●

നഗരം

നഗരമേ നിൻയാത്രയെങ്ങോട്ട-
തുകുതികാല ബന്ധത്തിലേക്കോ?
ബന്ധങ്ങളതു നഗരത്തിനേക്കാൾ
ഗ്രാമചാരുതയ്ക്കു തന്നെ!

ഗ്രാമമേ നിൻ നിഴൽ നൊമ്പരങ്ങൾ
പിരിയാതെ പിരിയുന്നതിന്നിന്റെ ഞാൻ
തുടരുന്നതെൻ യാത്ര നഗരത്തിലേക്കാ-
നൊമ്പരങ്ങൾക്കൊരറുതിവരുത്താൻ.

പരശുരാമൻ പിറന്നൊരി മണ്ണതിൻ-
പൊരുളറിഞ്ഞ നവോത്ഥാന നായകർ
നല്ലതായ്, ചീത്തതായ് തിരഞ്ഞെടുക്കാനേതുമായ്
നഗരമെനിക്കായി വഴിതുറന്നീടുന്നു.

ചിലന്തിക്കൂട്ടമായ് സൗഹൃദങ്ങളൊ-
രുമിച്ചുല്ലസിച്ചാ നഗരവീഥിയിൽ.
പലകണ്ണുകൾ ചേർന്ന നോട്ടങ്ങ-
ളൊരുപാടതൊന്നിച്ചു കൂടി മന്ദം മന്ദം.

എന്നുയിരിന്നുറപ്പേകി നഗരമേ.
കൂട്ടിനുണ്ടാവതില്ലയോയെന്നും?
ഗ്രാമലാളിത്യ മുഖ മുദ്രയുണ്ടെങ്കിൽ നഗരമേ
എൻ കൂടെ, നീ വന്നു വാസമാക്കൂ.

●

കാലചക്രം

തെരുതെരെ പെയ്യുമാ ചാറ്റൽമഴയാ
കലഹിയാം ഭാര്യയുമൊന്നുതന്നെ!
എങ്കിലപ്രതീക്ഷിതം! വെയിൽ മഴ
സുന്ദരി... പെട്ടെന്നൊതുങ്ങും..

കാലമേ, നിൻ വക്രബുദ്ധിയിൽ
ചൊടിപ്പിച്ചിടുന്നെന്നെയും നിന്നെയും
നീയുരുളുന്നു വഴിനോക്കിനിൽക്കുന്നു
സ്വാർത്ഥരാം വഴിയാത്രക്കാർ ഞങ്ങൾ

തൽക്ഷണം ശൂന്യമായേക്കാവുന്ന
അച്ചെറുജീവികൾ ഞങ്ങളിന്നാ-
പമ്പരംപോൽ കറങ്ങികറങ്ങി
തിരിഞ്ഞൊടുങ്ങുന്നീ കാലചക്രം

തുടരുന്നു കാലമാറ്റങ്ങളായ്
ജനനമായതുമരണമായ് പിന്നെ
പുനർജൻമമായൊരാ-
വർത്തനത്തികവിൽ

മണ്ണിലുണ്ടെന്നിലൊരു കൊച്ചുജീവനുൾ-
ക്കൊള്ളുവാനൊരാറടി മണ്ണ്
പെട്ടെന്നൊരാവേശ മെന്നിലില്ലെന്നാലി-
ക്കാലമിതു കുതിക്കുന്നതെങ്ങോട്ട്?

●

മഴപോലെ.... മമഹൃദയം

ഇന്നലെത്തൊടിയിലും
വന്നുനീ, യീ, യിടവഴിയിലും
പെയ്തീനറുനിലാവിലും
പിന്നെയീ മനസ്സിലും.

ഇറ്റിറ്റു വീണ നിന്റെതുള്ളി
തൊട്ടെന്നെത്തലോടിയാ-
ശ്വാസനിശ്വാസങ്ങളലിഞ്ഞു-
ല്ലാതെയായി പതുക്കെ.

വൻ നദിയായ്, കടലായ്
പ്രളയമായ്, പ്രവാഹമായ്
ഒഴുകുന്നു, പെയ്യുന്നു
ഒടുക്കമെൻ മനസ്സിലും.

സ്വപ്നങ്ങളുണർത്തിയെ-
ന്നോർമ്മകളിളക്കിമറിച്ചി-
ട്ടൊരുനാളിലെന്നെത്തഴുകി-
ക്കടന്നുപോയ് വെറുതെ...

ഓർമ്മകൾ പേറി ഞാ-
നോർത്തെടുത്തെന്റെ
മോഹത്തെ, സ്വപ്നത്തെ
പിന്നെ മഴപോലെ, മമഹൃദയത്തെ!

●

ആഗ്രഹം

വീട്ടിലെനിക്കൊരു
കൂടുണ്ട്; കൂട്ടിലകപ്പെട്ട
പക്ഷിയുണ്ടതിനു
പറക്കുവാനാശയുണ്ട്

വിരിഞ്ഞനെഞ്ചില-
കത്തൊരാശ
മനുഷ്യനുണ്ടവൻ
ശ്രമിക്കുമോ?

ആയിരമല്ല, പതി
നായിരമാശയെനിക്ക-
താകാശത്തോളമുണ്ടെങ്കി-
ലതു പൂവണിഞ്ഞീടുമോ?

കവിഹൃദയമ-
താനന്ദപ്പൊരുൾ തേ
ടുമിതുഭാവനച്ചിറകില-
താകാശത്തോളം....

ആഗ്രഹമിതുദു-
രാഗ്രഹമാകാതിരിക്കട്ടെ!
മരണം വന്നു
വിളിക്കും വരേയ്ക്കും.

●

ആയുസ്സ്

ഒരിക്കലീശ്വരൻ; സ്ത്രീയോട്
ചോദിച്ചതിങ്ങനെ;
നിനക്കെന്തിനീ ആയുസ്സ്
സഫലമാക്കീടുന്നതെപ്പോൾ?

മറുമൊഴി പറഞ്ഞവൾ
പെണ്ണാണ് ഞാൻ!
പകുക്കപ്പെടേണ്ടവൾ!
ജീവിച്ചു തീർക്കേണ്ടവൾ!

പകുത്തൊരീ ജീവിതമത്
ജനിപ്പിച്ച മാതാപിതാക്കൾക്ക്
നൽകണമായുസ്സവർക്കെന്റെ
കർമ്മവും; ജന്മ പുണ്യവും

പാതയിൽ പാതിയെൻ
സോദരർക്കവരൊ-
ന്നിച്ചു ചേർത്തെൻ
ജീവിതം പടുത്തു.

ആയുസ്സിൽ പതിരായി
പാതിയും പോയി.
ശേഷിച്ചതെന്റെ പ്രിയതമ-
നൊന്നിച്ചനുഭവിച്ച സ്നേഹത്തിന്

പിന്നെയും നീണ്ടതെന്നാ-
യുസ്സെങ്കിലതു നൽകണ-
മവർക്കെൻ പൈതങ്ങൾക്കൊ
രുഭാവിയുണ്ടാവാൻ.

പലതായും, പതിരായും
പലരായും പകുത്തൊരെ
ൻ ആയുസ്സിലിങ്ങനെ
സഫലമായീടുമെൻ പുണ്യജന്മം...

●

ഓർമ്മകൾക്കൊരു യാത്രാമൊഴി

ഓർക്കുവാനൊത്തിരി
ഓർമ്മകൾ പേറി ഞാനു-
മ്മറത്തിണ്ണയിലിരിക്കവേ
കൈവിട്ടുപോയഹോ! എന്നോർമ്മകൾ

ഓർത്തെടുക്കാനെനിക്കെന്തുണ്ട്?
ഓർമ്മിക്കുവാനെനിക്കാരുണ്ട്?
ഒരു പിടിയോർമ്മകൾ!
ഒരു പിടിയോർമ്മകൾ മാത്രം.

ഓർമ്മയ്ക്കു നരയുണ്ടോ?
വയസ്സുണ്ടോ? നേരുണ്ടോ?
ഓർമ്മയ്ക്കിതിത്ര പ്രായമോ-
രോന്നോർമ്മിക്കുവാനായ്?

ഓർക്കുകയോർമ്മയ്ക്ക് നിറമുണ്ട്!
മണമുണ്ട്! നിനവുണ്ട്!
എന്നിട്ടും- ഓർക്കു വാനിത്തിരി-
കനിവുണ്ടോയീ ഹൃത്തിൽ.

ഓർമ്മയ്ക്ക് ജനനമുണ്ടോ?
മരണമുണ്ടോ? പുനർജന്മമുണ്ടോ?
ഓർമ്മിക്കുവാനൊന്നുമില്ലെങ്കിലി-
നിയോർക്കുവാനീ കാലമില്ല....!

●

മധുചുരന്ന മാതൃത്വങ്ങൾ

സ്മൃതിയുണർന്നെന്നി-
ലൊരു മധുനിറഞ്ഞൊ
രുവേള ഫലമണിഞ്ഞ-
തെൻ മാതൃത്വം....

പിറന്നു വീണ ഭൂമിയൊ-
രിക്കലമ്മയായെനിക്ക്...
പറക്കമുറ്റിടാനെന്നെപഠിപ്പി
ച്ചിതല്ലയോ ധരിത്രി.

ഉദരത്തിൽ വഹിച്ചൊരു
വളാണെനിക്കെന്റെ മാതൃക
പത്തുമാസം ചുമന്നൊടുവി-
ലവളെനിക്കമ്മയായി.....

പിന്നെയും വന്നാവഴികളിൽ
തങ്ങി ഞാൻ കണ്ടതെന്ന-
മ്മതൻ വദനരുപങ്ങളവർതൻ
മധു ചുരന്നു മാതൃത്വങ്ങൾ.

കാലങ്ങളെന്നെയൊരു മണവാട്ടിയാ-
ക്കി; ഞാനെൻ വലതുപാദ-
ത്തിലൂന്നി; പുതുവീടിൻ വിളക്കായ്
പുതുമാരനൊപ്പം പുതുഗൃഹത്തിൽ.

കണ്ടു ഞാനെന്നമ്മയെ കൈവിട്ട
നാളിതിലൊരു പുനർജന്മ-
മായ, മറ്റൊരമ്മതൻ കൈകളു-
വൾതൻ മധുചുരന്ന മാതൃത്വവും,

പിന്നെ ഞാൻ കണ്ടതെ-
ന്നിലെ ഗർഭഗൃഹത്തിലു-
രുവിട്ടൊരു കുഞ്ഞുപൂവിനൊപ്പമെ-
ന്നിലെ മാതൃലഹരിയെ!

●

പഥികർ

മായുമീ ജീവിതയാഥാർത്ഥ്യങ്ങ-
ളെനിക്കായ്, നിനക്കായൊരു-
മിക്കവേ, വരവേൽക്കുന്നാ-
യാഥാർത്ഥ്യങ്ങളീപഥികർ.

മറഞ്ഞുപോകിലുമീ-
ജീവിത വീഥിയിലൊ-
ന്നിച്ചിടട്ടെയൊപ്പം നൻമകളേ-
കിയ സുകൃതപാന്ഥാവും.

പുതുനാമ്പുകളൊന്നി-
ച്ച വീഥിയിലെന്നും
പ്രത്യാശയായ് പ്രതീക്ഷയാ-
യൊടുങ്ങുമീ പഥികർ നാം.

●